Written by Anh Bui a
Illustrated by

SOUTHERN VIETNAMESE
FOR BEGINNERS

With audio

TIẾNG VIỆT MIỀN NAM CHO NGƯỜI MỚI BẮT ĐẦU

- Authentic Southern dialect, 300 language items
- Story-based approach to aid memorization
- Entertaining, comic-strip format

A publication of **LEARN VIETN★MESE** *with Annie*

Anh Bui has an academic background in Vietnamese linguistics and language teaching. She is the host of a highly popular Youtube channel, the founder of a successful language school in Ho Chi Minh City, and the creator of a website providing a wealth of resources for learning Vietnamese. All three projects go by the name of '**Learn Vietnamese With Annie**'.

Jack Noble has an academic background in English linguistics and language teaching. He has many years' experience in developing materials for language teaching and testing, with a focus on stories, dialogues, and plays. He is a materials writer, consultant, and co-host at **learnvietnamesewithannie.com**.

Before you begin...

To obtain the audio files that accompany this book, please scan the QR code:

We recommend that you watch our pronunciation guide - 16 video tutorials, to help you master your pronunciation and your understanding of the Vietnamese writing system. Access the guide by scanning the QR code:

INTRODUCTION

In this course, you will learn around 300 fundamental words and structures that will allow you to have simple conversations about familiar topics, and to interact successfully in places like shops and restaurants. The language taught is spoken Southern Vietnamese, exactly as used by native speakers on the streets of Ho Chi Minh City.

Over the course of 20 chapters, you will follow the story of a young man named Nam and a young woman named Ha, who meet at a language school in Ho Chi Minh City. Their story, illustrated in comic-book form, forms a linking structure that facilitates the effective memorization of the language items.

Each chapter includes a glossary, with English translations of all the new words and phrases present in the chapter. In addition, a section entitled 'language insights' gives clear and concise explanations of word usage and grammar.

The accompanying audio files will enable you to hone your listening skills, master your pronunciation, and thoroughly memorize the words, phrases, and structures that you need.

HOW TO USE THIS BOOK

Each lesson is composed of three key elements:
- the story
- the glossary
- the language insights section

In addition, there are four audio files:
- the story
- the story with pauses after each line for you to repeat
- the glossary
- the vocabulary review

In order to learn effectively, you should read and listen to all sections several times. The order in which you do so is up to you. However, our suggested initial approach to each lesson is as follows:

1. Prepare
- **Look through the story**. Even if you can't understand much of the dialogue, the pictures will activate your imagination and make it easier to learn the vocabulary.
- **Read the glossary and listen to the glossary audio file.**

2. Enjoy the story
- **Read and listen to the story**. Don't worry if there are some things you don't understand.
- **Read the language insights section**.
- **Read and listen to the story again.**

3. Consolidate your learning
- **Listen to the story with pauses file and repeat after each line.**
- **Listen to the vocabulary review file.**

TABLE OF CONTENTS

1

> **Part 1** of the story takes place in a language school. Today is the first lesson of the English course. The teacher asks for the students' names. Why does Nam apologise?

3

chào	*hello*
cô	*I, you (female teacher)*
em	*I, you (younger person)*
tên	*name*
gì	*what*
Em tên gì?	*What's your name?*
Em tên...	*My name is…*
hả?	*huh?*
dạ	*yes*
cũng	*also*
hay	*interesting, cool*
quá	*so, very*
xin lỗi	*sorry*
vì	*because*
không	*no, not*
không sao	*no problem*

Vietnamese has multiple words for "I" and "you". So how do you know which to use? Well, it usually depends on the sex and age of the individual. For example, when you talk to someone a little younger than you, male or female, you can address them as **"em"**. This is how the teacher in the story addresses all of her students – because they are all a little younger than her.

So **"em"** means "you". But it also means "I" and "me"! When the students refer to themselves, they also use **"em"**. Most pronouns work this way in Vietnamese. If you are **"em"** when talking to an older person, you remain **"em"**, regardless of who is talking.

The students address the teacher as **"cô"**. This is the pronoun you need to use when addressing a female teacher, regardless of age. And of course, a female teacher would use **"cô"** to mean "I" when talking to students.

"Gì" means "what". Question words like this often come at the end of the question. So, *"Em tên gì?"* means "What's your name?" And when the teacher says *"Xin lỗi gì?"* she means "Sorry about what?"

"Em cũng tên Linh hả?" This *"...hả?"* is a bit like the English "...huh?" So the teacher means "You're also called Linh, huh?"

"Không" means "no" or "not". So *"Em không tên Linh"* means "I'm not called Linh", and *"Không sao"* means "No problem".

2

Part 2 takes place in a Vietnamese class, where Ha studies. The Vietnamese class is right next door to the English class, where Nam studies. But what is Nam doing in the Vietnamese class?

GLOSSARY

anh	*I, you (older male)*
chị	*I, you (older female)*
là	*am / are / is*
người	*person*
nước	*country*
nào	*which*
Việt Nam	*Vietnam*
Anh	*England, Britain, the UK*
Trung Quốc	*China*
tiếng Việt	*Vietnamese (language)*
tiếng Anh	*English (language)*
Còn...?	*And… ?*
mọi người	*everyone*
tại sao	*why*
học	*study*
ủa	*exclamation of surprise*
chào	*goodbye*

Here are more words for "I" and "you". **"Chị"** is used for a female who is a little older than the other person. **"Anh"** is used for a male who is a little older than the other person. So, if someone addresses you as **"Anh"** or **"Chị"**, how should you address them? Well, they must be a little younger than you, right? So you would address them as **"em"**.

"Em là người nước nào?" means "Which country are you from?" But literally, it means "You are a person of which country?" That's just the way they like to phrase it in Vietnamese! In the story, Nam responds to this question with **"Anh là người Việt Nam"** – "I'm a person of Vietnam."

At the beginning of the story, Ha says **"Chị là người Anh. Còn em?"** This **"Còn em?"** means "And you?" or "How about you?" Of course, it can also be **"Còn anh"**, **"Còn chị"**, etc., depending on who you're talking to.

Ha asks Nam **"Tại sao anh học tiếng Việt?"** **"Tại sao"** means "why". Now, if someone asks you a "why" question, you might want to begin your answer with "Because..." So here are three ways to say "because": **"tại vì"**, or just **"tại"**, or just **"vì"**.

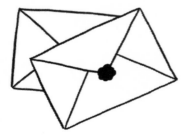

3

Part 3 takes place in Nam's English class, now that he has finally found it! It seems he doesn't attend often, since he doesn't know his classmates... or even his teacher!

15

đây	*this*
lớp	*class*
tiếng Anh	*English (language)*
cảm ơn	*thank you*
làm	*do*
Anh làm gì?	*What do you do?*
Anh là...	*I'm a…*
cảnh sát	*police officer*
nhân viên	*worker, employee*
văn phòng	*office*
giáo viên	*teacher*
thiệt	*really*
Thiệt hả?	*Really?*
của	*of, belonging to*
À dạ!	*Oh yes!*

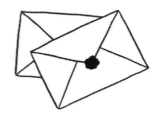

Nam asks "Is this the English lesson?" "**Đây là lớp tiếng Anh hả?**" The word for "this" is "**đây**". "**Đây**" can also mean "here", as we shall see in lesson 4.

"English lesson" in Vietnamese is "**lớp tiếng Anh**". Literally, that's "lesson English". This demonstrates a simple rule about word order: the main noun usually comes first. It's the same with Nam's job. He's an office worker, which in Vietnamese is a "worker office" – "**nhân viên văn phòng**".

"**Chị là giáo viên của em!**" means "I am your teacher!" So "**của em**" means "your". (Of course, it can also mean "my"). You can think of "**của**" as literally meaning "belonging to".

4

Part 4 takes place back in the Vietnamese class. Nam has gone to the wrong class again! But why? Is he just careless? Or is there someone in the Vietnamese class that he wants to see...?

Chào em!

Ủa... chào anh!

Em sống ở đâu?

Em sống ở quận ba.

Anh cũng vậy! Em làm ở đâu?

21

sống	*live*
ở đâu	*where*
ở	*in, at*
học	*study*
làm	*work*
quận	*district*
Anh cũng vậy	*Me too*
đi	*go*
chưa	*not yet*
còn	*still*
ở đây	*here*
trời	*God*
nữa	*again*

Numbers 1-10

1	một
2	hai
3	ba
4	bốn
5	năm
6	sáu
7	bảy
8	tám
9	chín
10	mười

"Làm" can mean "do" or "work". In *"Em làm ở đâu?"* it means "work".

The word *"chưa"* means "not yet". Ha says *"Em chưa đi làm"*, literally meaning "I don't yet go to work". In other words, "I don't work yet", or "I don't have a job yet".

When Nam realises he has gone to the wrong class again, he says *"Trời, nữa!"* This literally means "God, again!" So *"trời"* means "God". Vietnamese people use the exclamation *"trời"* a lot. Like, really a lot. Oh, and *"trời"* is also used to mean "sky" and "weather".

Remember the word *"còn"* from lesson 2? It was used in *"Còn em?"* to mean "And you?" In this lesson, *"còn"* is used twice. In the following sentence, it means "and" again – *"Còn em học tiếng Việt ở đây"*. The other use of *"còn"* is different. In *"Em còn đi học"*, it means "still". Ha literally says "I still go study". In other words, "I'm still a student."

In lesson 3, we met the word **"đây"**, meaning "this". In this story, we see it meaning "here". Ha says **"Còn em học tiếng Việt ở đây"**. Usually, we need to say not just **"đây"** but **"ở đây"**. Literally, "at here".

Here's a useful thing to remember about questions and answers. First, look at these examples:

Em tên gì?   **Em sống ở đâu?**   **Em làm gì?**
Em tên...   **Em sống ở...**   **Em làm...**

Can you see that each answer tends to have the same word order as the question? This means that you only have to remember one structure!

5

Part 5 takes place outside the language school, after class. Nam is trying to get to know Ha better. There is one thing in particular that he wants to know...

GLOSSARY

bao nhiêu	*how much, how many*
tuổi	*age*
Em bao nhiêu tuổi?	*How old are you?*
Em... tuổi	*I'm... years old*
chồng	*husband*
vợ	*wife*
bạn	*friend*
bạn trai	*boyfriend*
bạn gái	*girlfriend*
có	*have*
không có	*not have*
chưa có	*not yet have*

Numbers 11-100

11	mười một	18	mười tám
12	mười hai	19	mười chín
13	mười ba	20	hai mươi
14	mười bốn	30	ba mươi
15	mười lăm	40	bốn mươi
16	mười sáu	50	năm mươi
17	mười bảy	100	một trăm

Nam asks Ha how old she is: *"Em bao nhiêu tuổi?"* *"Bao nhiêu"* literally means "how many" or "how much". So it's like asking "How many years old are you?"

Nam asks Ha how old her husband is: *"Chồng em bao nhiêu tuổi?"* So "your husband" is *"chồng em"*. But you probably remember from lesson 3 that "your" is *"của em"*. So what we can learn from the phrase *"chồng em"* is that sometimes the *"của"* can be omitted. This is particularly the case when we're talking about our husbands and wives and other family members.

Ha is 21 years old. "21" is *"hai mươi mốt"*. "20" is simply *"hai mươi"*. *"mươi"* here is the word for "ten". But when you just want to say "10", this word has a different tone: *"mười"*. Only when used in combination to form numbers like 20, 30, etc., does it change to the level tone: *"mươi"*.

And that's not the only tone change in *"hai mươi mốt"*! The word for "1" by itself is *"một"*. And 11 is *"mươi một"*. But when we say 21, 31, 41, 51, 61, 71, 81, and 91, the word changes to *"mốt"*.

There's one final rule for numbers in combination. Nam is 25: *"hai mươi lăm"*. Can you see the change? "5" here is *"lăm"*. But the word for "5" by itself is *"năm"*. So for "5", the tone remains the same, but the first sound changes from *"n"* to *"l"*. This applies to numbers 15, 25, 35, 45, 55, 65, 75, 85, and 95.

REVIEW 1

Can you remember?

Complete the table, and then look back at the story to check your answers.

Chào em! Em tên gì?	Em tên...	
Em là người nước nào?		
Em làm gì?		
Em sống ở đâu?		
Em bao nhiêu tuổi?		
Em có bạn trai/bạn gái chưa?		
Em học tiếng gì?		

All about you

Now introduce yourself to Nam and Ha. Say as much as you can.

_____

_____

_____

_____

_____

_____

_____

_____

_____

_____

Say what?

Complete the dialogues with the words and phrases supplied. (There are two items you won't need.)

còn	chồng	thiệt	không sao
vợ	cũng vậy	văn phòng	ở đây

A: Anh là cảnh sát.
B: Em _____.

A: Đây là _____ của em.
B: ____ đây là _____ của anh.

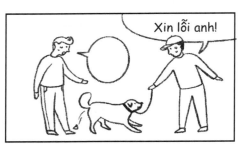

A: Xin lỗi anh!
B: _____.

A: Ơ... Đây là lớp tiếng Việt.
B: Thiệt hả?
A: _____.

6

Part 6 takes place in Vietnamese class. Nam has sneaked into the class once again! The teacher thinks Nam is just a regular student, and is impressed with his fluent Vietnamese...

33

34

Ơ...	*Uh...*
cái đó	*that thing*
cái gì	*what*
Cái đó là cái gì?	*What is that?*
Cái đó là…	*That is a…*
dạ	*politeness marker*
bàn	*table*
ghế	*chair*
điện thoại	*mobile phone*
ai	*who*
của ai	*whose*
giỏi	*good, well*
Giỏi quá!	*Very good!*
nói	*speak*
Em nói tiếng Việt giỏi quá!	*You speak Vietnamese very well!*
dở	*badly*
biết	*know*

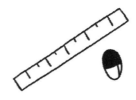

The words for "table" and "chair" are **"bàn"** and **"ghế"**. But Nam says **"cái bàn"** and **"cái ghế"**. So what's this **"cái"**? It's called a measure word. Measure words often appear in front of nouns. **"Cái"** is the most common measure word, but there are others.

Notice that when Nam says "phone", he doesn't use a measure word. He just says **"điện thoại"**. So, measure words are sometimes optional.

The teacher asks **"Điện thoại của ai?"** This means "Whose phone?" The word for "who" is **"ai"**. So **"của ai"** means "belonging to who", or "whose".

In lessons 1 and 3, we have seen **"dạ"** used to mean "yes". But it has another usage. When the teacher asks **"Điện thoại của ai?"** Nam replies **"Dạ, điện thoại của em."** This means "My phone." The **"dạ"** doesn't mean "yes" here. This **"dạ"** is something people say to show politeness, especially right before they answer a question.

The teacher tells Nam *"Em nói tiếng Việt giỏi quá!"*. This means "You speak Vietnamese very well." *"Giỏi"* means "well" in the sense of "to be good at something". *"Quá"* means "very" or "so". These words are often used together when we want to praise someone's ability or performance. We say *"Giỏi quá!"*

The opposite of *"giỏi"* is *"dở"*. So when Nam tells the teacher that her Vietnamese is *"dở quá"*, he's being quite disrespectful!

7

Part 7 takes place in the parking lot of the language school, after class. Since Nam and Ha live in the same district, Nam offers to give Ha a ride home on his motorbike. There are some beautiful bikes in the parking lot. Which one is Nam's?

Vậy... em hai mươi mốt, phải không?

Dạ, phải.

Em là người Mỹ, phải không?

Dạ không, em không phải là người Mỹ. Em là người Anh. Ba mẹ em là người Việt...

Hiểu... Ê, em sống ở quận 3, phải không?

Dạ, phải.

Anh cũng vậy! Em có xe máy không?

Dạ không.

vậy	*so*
phải	*right*
phải không?	*right?*
Mỹ	*America*
Em là người Mỹ, phải không?	*You're American, right?*
không phải là	*am not/ are not / is not*
Em không phải là người Mỹ	*I'm not American*
Cái đó không phải là xe máy của anh	*That's not my bike*
ba	*father*
mẹ	*mother*
ba mẹ	*parents*
hiểu	*understand*
xe máy	*motorbike*
để	*let*
chở	*give a ride to*
đẹp	*beautiful*
cái này	*this*
Ê	*Hey*

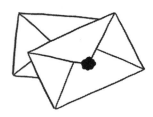

"Vậy" is a very common word with different usages. We already learned that *"anh cũng vậy"* means "me too". *"Vậy"* can also be used at the beginning of a sentence to mean "so". In this lesson, Nam says "*Vậy... em hai mươi mốt, phải không?*"

Nam asks three questions ending with *"...phải không?"* This is just like the English "...right?" that we use when we want to confirm something. Ha answers *"Dạ, phải"* to mean "Right", and *"Dạ không"* to mean "No". And the meaning of *"dạ"* here? That's right! It's just to signal politeness.

What's the opposite of *"Em là người Mỹ"*? Well, Ha is not American, so she says *"Em không phải là người Mỹ"*. So the opposite of *"là"* is *"không phải là"*. Just memorize this phrase as though it were a single word, meaning "am not", "isn't", "aren't", etc.

Nam offers to give Ha a ride: **"Để anh chở em!"** **"Để anh"** here literally means "let me". It's very often used when we are offering help. So Nam is saying "Let me give you a ride", or "I'll give you a ride".

Nam asks **"Em có xe máy không?"** The use of **"không"** at the end of the sentence tells us that this a yes/no question. So Nam is asking "Do you have a motorbike?"

REVIEW 2

Classroom quiz

Answer the teacher's questions.

Cái đó là cái gì?
Cái đó là _____.

Cái này là cái gì?
_____.

Cái đó là cái gì?
_____.

Cái này là cái gì?
_____.

Đẹp?

*Decide whether each person is **đẹp**, **đẹp quá**, or **không đẹp**.*

_____ _____ _____ _____ _____

All about you

*Answer Nam's questions with **phải** or **không phải**. (Nam addresses you as 'bạn', which is a general word for 'you'. You can answer using 'anh', 'chị', or 'em'.)*

Bạn là người Mỹ, phải không?

_____

Bạn ba mươi lăm tuổi, phải không?

_____

Bạn có xe máy, phải không?

_____

Bạn có điện thoại, phải không?

_____

Bạn học tiếng Việt, phải không?

_____

Bạn nói tiếng Việt giỏi, phải không?

_____

8

Part 8 takes place during the mid-lesson break. Nam invites Ha out to dinner tomorrow. They discuss what they each like to eat and drink. Is Nam telling the truth about what he likes to drink?

Hà ơi, ngày mai
đi ăn tối không?

Dạ đi!

Em thích ăn cái gì?

Dạ...
Em thích ăn đồ ăn Việt Nam.
Phở, chả giò... Anh thích ăn cái gì?

Anh cũng thích ăn đồ ăn Việt Nam.
Phở, chả giò... cơm nữa, bánh mì nữa...

Anh thích uống cái gì?
Cà phê sữa đá hả?

Ủa! Còn em?

Em thích uống trà.
Em là người Anh!

Em cũng thích bia, phải không?

Dạ không.
Em không thích uống bia.
Còn anh?

À, ơ, không.
Anh không uống bia.
Anh uống... nước thôi.

Nước hả? Thiệt hả...?

GLOSSARY

ơi	*hey*
ngày mai	*tomorrow*
ăn	*eat*
ăn tối	*have dinner*
thích	*like*
uống	*to drink*
Em thích ăn gì?	*What do you like to eat?*
Em thích ăn…	*I like to eat…*
Em không thích ăn…	*I don't like to eat…*
Em thích uống gì?	*What do you like to drink?*
Em thích uống…	*I like to drink…*
Em không thích uống…	*I don't like to drink…*
đồ ăn	*food*
phở	*pho*
chả giò	*spring rolls*
cơm	*rice*
bánh mì	*bread*
… nữa	*as well*
cà phê sữa đá	*iced coffee with milk*
trà	*tea*
bia	*beer*
nước	*water*
ừa	*yes*
thôi	*only*

LANGUAGE INSIGHTS

Nam begins talking to Ha by saying *'Hà ơi'*. This is a bit like saying 'Hey, Ha' in English. You can also do it with pronouns: *'Em ơi'*, *'Anh ơi'*, *'Chị ơi'*, etc. The same phrase is also used to get someone's attention, for example when you call a waitress in a restaurant.

Nam asks Ha if she wants to *"đi ăn tối"*. This means "go eat dinner". But *"tối"* means "evening", not "dinner". So where's the word for "dinner"? Well, it's not there! Just remember that *"ăn tối"* means "eat dinner".

Nam's invitation is *"Đi ăn tối không?"*, and Ha accepts by saying *"Dạ đi!"*. In English, we would usually answer a yes/ no question with "Yes" or "No", but Ha says "Go!" Why? Well, it's simple: you can answer "Yes" by repeating the main verb of the question. "Go for dinner?" "Go!"

In lesson 4, we met the word **"nữa"**, meaning "again". Another use of this word is to mean "too" or "as well". In this lesson, Nam lists the things he likes to eat, and he ends with **"cơm nữa, bánh mì nữa"**. "Rice too, bread too".

When Ha asks Nam whether he likes **"cà phê sữa đá"**, Nam replies **"Ừa!"** This word means "Yes". However, to be polite, you should only use this word when speaking to someone of an equal or younger age. Oh, and don't mix it up with the word **"Ủa"**, which is what people say to express surprise.

Nam says he only drinks water: **"Anh uống nước thôi"**. **"Thôi"** means "only", and it always goes at the end of the sentence.

9

> *Part 9* takes place in the restaurant where Nam has taken Ha for dinner. Nam seems happy with his date, but less happy with his order...

Em muốn uống gì?

Em muốn uống cà phê sữa đá!

Cô ơi, cho con một cà phê sữa đá.

Rồi.

Em muốn ăn gì?

Em muốn ăn phở.

Cô ơi! Cho con một phở... một cơm tấm nữa.

Rồi.

55

cô	*I, you (woman of older generation)*
con	*I, you (person of younger generation)*
cho	*give*
Cho con…	*Give me…*
muốn	*want*
Em muốn ăn gì?	*What do you want to eat?*
Em muốn ăn…	*I want to eat…*
Em muốn uống gì?	*What do you want to drink?*
Em muốn uống…	*I want to drink…*
cơm tấm	*broken rice*
rồi	*got it / OK*
ly	*glass*
ngon	*delicious*
Ngon quá!	*So delicious!*
Trời ơi	*God, Wow*
này	*this*
Cho con tính tiền!	*Give me the check, please!*

LANGUAGE INSIGHTS

In Lesson 1, we met the personal pronoun *"cô"*, used to address a female teacher. In this lesson, Nam and Ha both address the waitress using *"cô"*. But the waitress is not a teacher! This usage of *"cô"* is more general. It's used to address someone of around the same age as your mother.

So the waitress is addressed as *"cô"*, while Nam and Ha refer to themselves using *"con"*. Again, this term is used to acknowledge the age difference. *"Con"* is also the term that parents use to address their children.

The way Nam and Ha order stuff is by saying *"Cho con..."* which means "Give me...". Languages such as English have elaborate politeness structures like "Could I have..." But in Vietnamese, *"Cho con/em/anh/chị..."* is polite and natural.

Both Ha and Nam exclaim *'Trời ơi'* to express how delicious their meal is. Remember *'trời'* from lesson 4? *'Trời ơi'* is basically the same thing.

To ask for the check, Nam says **"Cho con tính tiền!"** He could also have just said **"Tính tiền!"** Literally, **"tính tiền"** means "calculate money". But don't get side-tracked by the literal meaning. Just remember that this is what you shout when it's time to pay up.

10

Part 10 takes place first at a shop where Ha is buying snacks, and then at Nam's house where Ha goes to visit. Nam and Ha's similar taste in food seems to bring them closer together. But will their different attitudes towards food prices push them further apart?

60

61

GLOSSARY

một ổ bánh mì	*a baguette*
chuối	*banana*
một trái chuối	*a banana*
ngàn	*thousand*
Em thích… lắm	*I like… a lot*
giống nhau	*the same*
Đúng rồi	*That's right*
Sao vậy?	*What's wrong?*
mắc	*expensive*
… bao nhiêu tiền?	*How much is…?*
tiền	*money*
rẻ	*cheap*
với	*and*
lắm	*very*
rưỡi	*half*
mình	*we*
rồi	*indicates a change*

To ask how much something costs, we say **"Bao nhiêu tiền?"** Literally, "How much money?" Do you remember where we have met **"bao nhiêu"** before? That's right – in the question **"bao nhiêu tuổi?"** meaning "how old?"

In lesson 6, we met the measure word **"cái"**. In this lesson, we meet two new measure words. The word for "baguette" is **"bánh mì"** and its measure word is **"ổ"**. So when Ha asks for two baguettes, she says **"Cho em hai ổ"**. This shows us one key usage of measure words: they are used when you are saying "how many" of something.

The other measure word is for **"chuối"**, which means **"bananas"**. Ha wants six bananas, and she says **"Cho em sáu trái"**. So the measure word for bananas is **"trái"**. In fact, this is the measure word for most types of fruit.

Ha says **"Em có bánh mì với chuối!"** which means "I have baguettes and bananas!" So when you are saying "this thing and that thing", the word for "and" is **"với"**.

"Lắm" and *"quá"* both mean "very" or "really". They both come at the end, as in *"Anh thích bánh mì lắm"* and *"Trời, mắc quá!"* However, there are two differences. Firstly, the meaning of *"quá"* is a bit stronger than the meaning of *"lắm"*. Secondly, it's *"quá"* that tends to be used in short exclamations, like *"Mắc quá!"* or *"Rẻ quá!"*

Nam says *"Mình giống nhau quá!"* – "We're so alike!" The word for "we" here is *"mình"*. There are many ways to say "we" in Vietnamese. If you mean "we" as in "you and I", *"mình"* is one way to say that.

Towards the end, Ha says "Hmm" and Nam says *"Sao vậy?"* This is a general-purpose enquiry about the current situation. So, depending on the context, it can mean "What is it?" or "What's the problem?" or even "How did it go?"

Ha says *"Mình không giống nhau rồi"* – "We're not alike any more". The word *"rồi"* indicates that something has changed. So here, an English translation might be "any more" or "now". We'll discuss this word again in future lessons.

REVIEW 3

Food and drink

Match the words with the pictures.

phở	chả giò	cơm	bánh mì	bia
cà phê sữa đá	trà	nước	chuối	cơm tấm

_____   _____   _____   _____   _____

_____   _____   _____   _____   _____

Cheap or expensive?

*Decide whether each item is **rẻ lắm**, **rẻ quá**, **mắc lắm** or **mắc quá**.*

_____   _____   _____   _____

_____   _____   _____

All about you

Answer Ha's questions.

Bạn ơi! Ngày mai đi ăn tối không?

_____

Bạn thích ăn cái gì?

_____

Bạn thích uống cái gì?

_____

Bạn không thích ăn gì?

_____

Bạn không thích uống gì?

_____

11

Part 11 takes place at Nam's mother's house. Nam looks tired, so his mother asks him some questions about his daily schedule. Her final question manages to really wake Nam up!

mẹ	*mother*
con	*child*
mệt	*tired*
giờ	*o'clock*
mấy giờ	*what time*
dậy	*get up*
Mấy giờ con dậy?	*What time do you get up?*
6 giờ con dậy	*I get up at 6 o'clock*
ngủ	*sleep*
trễ	*late*
sớm	*early*
mà	*emphatic particle*
Con biết mà	*I know*
đói	*hungry*
đi	*imperative particle*
Mình ăn đi	*Let's eat*
Mấy giờ rồi?	*What time is it now?*
8 giờ rồi	*It's 8 o'clock*

In lesson 9, Nam and Ha referred to themselves as *"con"* when talking to a woman of their parents' generation. In this lesson, Nam is talking to his actual mother. Therefore, he is once again referred to as *"con"*. His mother is referred to as *"mẹ"*, which simply means "mother".

"Mấy giờ...?" means "What time...?" The basic meaning of *"mấy"* is "how many", and *"giờ"* means "hour", or "o'clock". So... "How many o'clock...?" Makes sense, right?

"What time is it *now*?" is *"Mấy giờ rồi?"* Nam's answer to this question is *"8 giờ rồi"*. In lesson 10, we saw that *"rồi"* indicates that something has changed, and therefore it can mean "now". However, it can't always be translated as "now". We'll see other usages of "rồi" in later lessons.

When Nam's mother tells him he gets up too early, he says **"Con biết mà"**. This **"mà"** is called a final particle. These are little words that go at the end of a sentence, usually to express a particular attitude. **"Mà"** is used to add emphasis. In English, we can use stress: "I *know*!" The **"mà"** is doing a similar job to that stress.

Nam's mother says **"Ừ, mình ăn đi"**. This **"Ừ"** means "Yes" or "OK", and is just a variant of **"Ừa"**, which we met in lesson 8.

"Mình ăn đi" means "let's eat". The part that means "let's" is **"đi"**. This **"đi"** is the imperative particle. Here, it means "let's", but it is also used to tell someone to do something. For example, if Nam's mother wasn't hungry, she might just tell Nam to eat. In that case, she might say **"Ăn đi!"**

12

Part 12 takes place in the afternoon. Ha calls Nam, and tells him about her busy day. When Ha tells Nam that she is meeting a friend in the evening, Nam gets jealous. Then he realises who the friend is...

làm việc	*to work*
đang làm việc	*working*
vậy	*question particle*
Anh đang làm gì vậy?	*What are you doing?*
hôm nay	*today*
hôm qua	*yesterday*
bận	*busy*
ngày nào… cũng…	*every day*
buổi sáng	*morning*
buổi trưa	*noon*
ăn trưa	*have lunch*
với	*with*
buổi chiều	*afternoon*
buổi tối	*evening*
xong rồi	*then*
nhà	*home*
ở nhà	*at home*
gặp	*to meet*
đó	*identifying particle*
ờ ha!	*oh right!*

Ha asks Nam *"Anh đang làm gì vậy?"* This means "What are you doing?" The word *"đang"* is like the English "-ing" in "doing". You stick it in front of the verb to indicate that you're talking about what's happening now.

Nam asks *"Hôm nay em có bận không?"* "Are you busy today?" This is an example of a yes/no question. These will be discussed further in lesson 15.

You've met *"vậy"* before in *"Anh cũng vậy"* and "Sao vậy?" And here it is again in *"Anh đang làm gì vậy?"* In this usage, *"vậy"* is known as the question particle, because it is tacked on at the end of questions.

Ha says she's busy every day: *"Ngày nào em cũng bận"*. So, what's the word for "every"? Well, it's not really a word, but a structure: *"___ nào cũng"*. To make that mean "every day", just put the word for "day" into the slot: *"ngày nào cũng"*. Oh, one more thing to remember. If you want to say "Every day I...", you need to put the word for "I" here: *"ngày nào ___ cũng"*.

The word for evening is **"buổi tối"**. In lesson 8, we learned that "have dinner" is **"ăn tối"**. In this story we have the word for "noon": **"buổi trưa"**. And "eat lunch" is **"ăn trưa"**. You see the pattern? So, if "morning" is **"buổi sáng"**, how do we say "eat breakfast"? Correct! It's **"ăn sáng"**.

We met the word **"với"** in lesson 10. It can mean "and", as in "**Em có bánh mì với chuối**". In this story, it means "with", in **"Buổi trưa em đi ăn trưa với bạn."** I mean, "and" and "with" basically mean the same thing, right?

When Nam asks Ha which friend she is going to meet, Ha replies **"Anh đó!"** This just means "You!" So what's that **"đó"**? It looks like the word for "that", but it isn't. **"Đó"** here is a final particle. It's often used when identifying someone or something. This is exactly what Ha is doing – she's identifying Nam. So she adds **"đó"**.

When Ha reminds Nam that he is the friend she plans to meet, he says **"Ờ ha!"**. This is what we say when we are reminded of something that we have temporarily forgotten. In English, we might say "Oh, yeah!" or "Oh, right!"

REVIEW 4

Late or early?

*For each picture, decide whether it's **trễ quá** or **sớm quá**.*

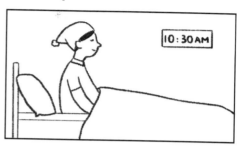

Say what?

Complete the dialogues with the words and phrases supplied. (There are two items you won't need.)

bận	xong rồi	ăn trưa
đói	buổi tối	mấy giờ rồi

A: _____?

B: Bảy giờ rồi.

A: Em đang làm gì vậy?

B: Em đang_____.

79

A: Anh_____lắm! B: Trời ơi, _____ quá!

All about you

Answer Nam's questions.

Mấy giờ bạn đi ngủ?

_____

Mấy giờ bạn dậy?

_____

Mấy giờ bạn ăn sáng?

_____

Mấy giờ bạn ăn trưa?

_____

Mấy giờ bạn ăn tối?

_____

Mấy giờ bạn học tiếng Việt?

_____

13

Part 13 takes place on the streets of Ho Chi Minh City. Ha is riding her new bike to the restaurant to meet Nam. She hasn't been to this restaurant before, but no problem! Nam has given her very clear directions...

Nghe điện thoại đi, trời ơi anh Nam!

Chú ơi, chú biết quán Cô Phượng ở đâu không?

Không biết.

HAI B

Ủa, sao Hà về sớm vậy?

Hà không tìm được quán đó. Để Hà đi taxi...

chơi	*play*
đi chơi	*go out (for fun)*
vui	*happy*
nha	*well-wishing particle*
Đi chơi vui nha!	*Have fun!*
đi thẳng	*go straight*
đường	*street*
quẹo phải	*turn right*
quẹo trái	*turn left*
ngã tư	*intersection*
là	*then immediately*
tới	*arrive*
nghe	*listen*
nghe điện thoại	*answer the phone*
chú	*I, you (man of older generation)*
quán	*restaurant*
về	*go back, return*
sao… vậy?	*why…?*
tìm	*look for, find*
được	*can, be able to*
tìm được	*can find*
không tìm được	*cannot find*
đó	*that*
quán đó	*that restaurant*
đi taxi	*take a taxi*

When Ha leaves for her date, her housemate tells her to have a good time: *"Đi chơi vui nha!"* "Go play happily nha!" This *"nha"* has various uses. In this particular case, it can be thought of as the 'well-wishing particle'.

The final direction that Nam gave Ha was *"Đi thẳng là tới rồi"*. This means roughly "Go straight and then you'll arrive". The word *"là"* means something like "then immediately". If one thing is sure to immediately follow another, then you can express that by inserting *"là"* between those two things: "Go straight là arrive".

So how about the *"rồi"* in *"Đi thẳng là tới rồi"*? We have learned that *"rồi"* is used to indicate that something has changed. It can also indicate that something has already happened. Thus, it's used here to give the sense of "Go straight and you *will have arrived*".

Ha addresses the man on the street as *"chú"*. This is the male version of *"cô"*. *"Chú"* and *"cô"* literally mean "uncle" and "aunt", which is why we use them to address people of our parents' generation.

The restaurant Ha is looking for is called quán Cô Phượng. The *"quán"* part means restaurant. *"Quán"* can also refer to things like coffee shops.

You might remember that one way to say "why" is **"tại sao"**. But here, when Ha's housemate asks Ha why she is back so early, she says **"Sao Hà về sớm vậy?"** The word for "why" here is **"sao"**. This form tends to be used when we want to express surprise.

As you can see from the question **"Sao Hà về sớm vậy?"** and Ha's answer **"Hà không tìm được quán đó"**, you can use someone's name to mean "you", or your own name to mean "I".

Ha says she couldn't find the restaurant: **"Hà không tìm được quán đó"**. The word for "can" or "be able to" is **"được"**. It goes after the verb, as in **"không tìm được"**.

Ha says **"Để Hà đi taxi"**. This literally means "Let me take a taxi". But in fact she means "I will take a taxi". So, you can use **"để"** in this way to say what you "will" do.

14

Part 14 takes place in the restaurant. It's a nice place for a romantic dinner and some intimate conversation. But Nam would rather talk about Ha's journey to the restaurant...

Xin lỗi anh, em trễ quá!

Không sao!
Em đi xe máy
tới đây hả?

Không, em đi taxi.

Nhưng em có
xe máy rồi mà...

đi xe máy	*go by motorbike, drive a motorbike*
tới	*come*
tới đây	*come here*
nhưng	*but*
quen	*familiar with, used to*
chưa quen	*not yet used to*
sợ	*scared*
bằng	*by*
bằng xe máy	*by motorbike*
thử	*try*
Em thử rồi	*I tried*
lần	*time*
sau	*next*
lần sau	*next time*

● LANGUAGE INSIGHTS

Remember the final particle **"mà"**, used for adding emphasis? Here, when Ha tells Nam she took a bike to the restaurant, Nam replies **"Nhưng em có xe máy rồi mà"**. He is adding emphasis to show that he means "But you have a bike now – why didn't you use it?"

And there's **"rồi"** again, in **"Nhưng em có xe máy rồi mà"**. Hopefully, you're starting to get a sense of how this word is used. Nam is saying that Ha already has a bike, or that she has a bike now.

And what about when Nam says **"À, anh biết rồi"**? Well, this means "Oh, I know" in the sense of "Oh, I didn't know a moment ago but NOW I know". It's the **"rồi"** that indicates that something has changed.

91

The final use of **"rồi"** in this story is when Ha says that she "tried" (to find the restaurant): **"Em thử rồi"**. This usage is quite close to the past tense in English. We would say "tried" rather than "try" because we're talking about something that has already happened. This is precisely what the word **"rồi"** is doing.

Ha says that every day she goes to school by motorbike: **"Ngày nào em cũng đi học bằng xe máy"**. In lesson 12, Ha said that every day she was busy: **"Ngày nào em cũng bận."** So there you have two examples of using **"Ngày nào cũng"** to mean "every day".

Giving directions

Match the words with the pictures.

queo phải	đi thẳng	queo trái
tới rồi	ngã tư	

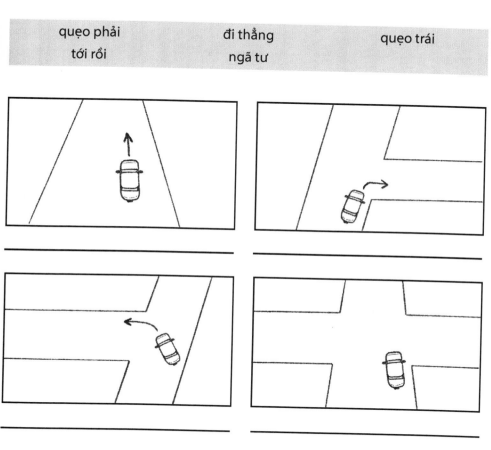

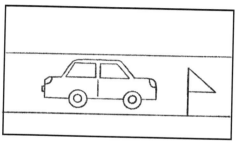

Say what?

Complete the dialogues with the words and phrases supplied. (There are two items you won't need.)

tới	sợ quá	đi chơi vui nha
đi taxi	lần sau	không tìm được

A:_____.

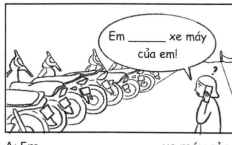

A: Em _____ xe máy của em!

A: Em_____.

A: Anh chở em đi.
B: Dạ không, em _____.

15

Part 15 takes place in the restaurant, where Nam and Ha are enjoying their dinner. As usual, Nam is asking Ha endless questions. In fact, it seems that asking so many questions has made Nam thirsty...

chứ	*certainty particle*
Thích chứ!	*Of course I like it!*
Gì vậy?	*What?*
khó	*difficult*
dễ	*easy*
nhớ	*miss*
Em có nhớ nước Anh không?	*Do you miss Britain?*
trời	*weather*
nóng	*hot*
lạnh	*cold*
đừng	*don't*
đừng … nữa	*don't… anymore*
hỏi	*ask*
Đừng hỏi nữa!	*Don't ask anymore!*
Thôi!	*Stop!*
Em muốn hỏi anh cái này	*I want to ask you something*
chai	*bottle*

LANGUAGE INSIGHTS

In this story, Nam asks loads of yes/no questions. To make a yes/no question, you use the structure *"có... không?"*. You put *"có"* after the subject, and *"không"* at the very end of the sentence. For example, "Vietnamese is difficult" is *"Tiếng Việt khó"*. To make that into "Is Vietnamese difficult?", you add *"có"* and *"không"*: *"Tiếng Việt có khó không?"*

When Nam asks Ha whether she likes Saigon, she replies *"Thích chứ!"* Now, you'll remember (from lesson 8) that we can answer "Yes" by repeating the key verb – in this case, *"thích"*. But what's this *"chứ"*? Well, this is another final particle. It expresses certainty. You can think of it as meaning "of course". So Ha's answer is something like "Of course I like it!"

Nam asks whether the weather is hot in England: **"Ở Anh, trời có nóng không?"** The word for weather here is "trời". This is the same word that we see in "Trời ơi!" So **"trời"** can mean God, or sky, or weather.

When Nam attempts to ask Ha a fifth question, she tells him to stop: **"Thôi!"** This means "Stop talking!" or "Enough!" or "Conversation over!" In lesson 8, we met **"thôi"** meaning "only". These two uses are easy to distinguish because one goes at the beginning of a sentence, and the other goes at the end.

Ha then adds **"Đừng hỏi nữa!"** This means "Stop asking". The useful structure to learn here is **"đừng...nữa"** which means "stop (doing something)". **"Đừng"** literally means "don't", and **"nữa"** means "again".

16

Part 16 takes place at Nam's mother's house. Nam's mother talks about her recent trip to Hue. Then she asks Nam about his upcoming trip to Hanoi. But how does Nam's mother know who Nam is going to Hanoi with? Mother's instinct!

Ủa mẹ ơi, mẹ đi Huế hồi nào vậy?

À, mẹ đi Huế tháng trước đó.

Đẹp quá! Con cũng muốn đi. Con đi Hà Nội rồi, nhưng chưa đi Huế.

Con sắp đi Hà Nội nữa, phải không? Chừng nào con đi?

hồi nào	*when (in the past)*
tháng	*month*
trước	*last*
tháng trước	*last month*
sắp	*about to*
chừng nào	*when (in the future)*
tuần	*week*
tuần sau	*next week*
định	*plan to, be going to*
với ai	*with whom*
mới	*new*
sao	*how*

How do you ask "When...?" in Vietnamese? Well, Nam asks his mother when she went to Hue: **"Mẹ đi Huế hồi nào vậy?"** And Nam's mother asks Nam when he will go to Hanoi: **"Chừng nào con đi?"** So, here's the rule. When we are asking about the past, we use **"hồi nào"**, and it comes at the end of the question. When we are asking about the future, we use **"chừng nào"**, and it comes at the beginning of the question.

Nam's mother says **"Mẹ đi Huế tháng trước đó"**. What's that final **"đó"**? Correct! It's the identifying particle that we met in lesson 12. Now, **"đó"** can also mean "that". In lesson 13, Ha says "**Hà không tìm được quán đó**". "I couldn't find that restaurant". Usually, context will tell us which **"đó"** we are dealing with.

Nam's mother asks him **"Con sắp đi Hà Nội nữa, phải không?"** The word **"sắp"** is used to talk about what will happen in the very near future. We can think of it as meaning "about to". So, Nam's mother is asking "You're about to go to Hanoi again, aren't you?"

And what does **"nữa"** mean in **"Con sắp đi Hà Nội nữa, phải không?"** It means "again", just like when we first met it back in lesson 4.

Another useful word for talking about future plans is **"định"**. This literally means "plan", but we can also think of it as being similar to the English phrase "going to". Nam's mother asks **"Con định đi với bạn gái mới hả?"** This means "You're planning to go with your new girlfriend?", or "You're going to go with your new girlfriend?"

"Sao" can mean "why", as we saw in lesson 13. Here, it is better translated as "how". Nam asks his mother **"Sao mẹ biết?"** "How do you know?"

17

Part 17 takes place outside the language centre. Nam tries to persuade Ha that she should go to Hanoi. Ha asks Nam a question that makes him see his Hanoi friends in a new light.

Em đi Hà Nội lần nào chưa?

Dạ chưa.

Chưa hả?
Em sống ở Việt Nam lâu chưa?

Em sống ở đây một năm rồi.

Trời ơi!
Đi Hà Nội đi!
Đẹp lắm!

Anh đi Hà Nội mấy lần rồi?

...lần nào chưa?	*Have you ever…?*
Em đi Hà Nội lần nào chưa?	*Have you ever gone to Hanoi?*
lâu	*long time*
Em sống ở Việt Nam lâu chưa?	*Have you lived in Vietnam for long?*
mấy	*how many*
năm	*year*
mấy lần một năm	*how many times a year*
hai lần một năm	*twice a year*
năm nay	*this year*
ừ	*yes (casual)*
để	*in order to*
câu hỏi	*question*
hay	*interesting, good*
câu hỏi hay	*good question*

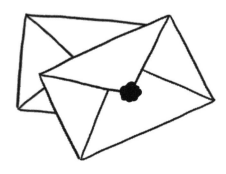

LANGUAGE INSIGHTS

In lesson 15, we met the structure **"có...không"** to form yes/no questions. But yes/no questions can also be formed by putting **"chưa"** at the end. **"Chưa"**, you'll remember, means "not yet". So this question form can be used when asking about something that may or may not have happened yet. For example, Nam asks **"Em đi Hà Nội lần nào chưa?"** "Have you ever been to Hanoi?"

How about the **"lần nào"** in **"Em đi Hà Nội lần nào chưa?"** Literally, it means "any time". This phrase is equivalent to the word "ever" in the English translation: "Have you ever been to Hanoi?"

Nam tells Ha **"Đi Hà Nội đi!"** What's that final **"đi"**? That's right! It's the imperative particle that we met in lesson 11.

Ha asks Nam **"Anh đi Hà Nội mấy lần rồi?"** Here, **"mấy"** means "how many"? The term **"bao nhiêu"** can also mean "how many". Here are two key differences between **"mấy"** and **"bao nhiêu"**:

- **"Bao nhiêu"** can mean "how many" or "how much". **"Mấy"** can only mean "how many".
- **"Mấy"** is preferred when the answer is expected to be small. For example, when you go to a restaurant, a waitress might ask **"Mấy người?"** But if the waitress sees a large group (perhaps more than ten people) she might say **"Bao nhiêu người?"**

"Năm nay" means "this year". Now, the standard word for "this" is **"này"**, with a falling tone. But in the phrase **"năm nay"**, **"nay"** has a flat tone. The same thing happens in **"hôm nay"**, which means "today". Meanwhile, there are no tone changes in the phrases "this week" or "this month", which are **"tuần này"** and **"tháng này"**.

We have met **"để"** meaning "allow", and we have seen it used to express intention, as in **"Để Hà đi taxi"**. In this story, we have an example of **"để"** used in a different way, to mean "in order to". Nam says he goes to Hanoi twice a year **"để gặp bạn anh"**. Or, "in order to see my friends".

REVIEW 6

All about you

Answer Ha's questions.

Bạn có thích học tiếng Việt không? _____

Tiếng Việt có khó không? _____

Bạn có thích uống cà phê không? _____

Bạn có đi làm / đi học bằng xe máy

không? _____

Ask Nam

*Write questions for Nam's answers, using **có… không?***

1. Bạn: _____?
   Nam: Không. Ở Việt Nam, trời nóng lắm!

2. Bạn: _____?
   Nam: Có! Tiếng Anh khó lắm.

3. Bạn: _____?
   Nam: Bia hả? Thích chứ!

4. Bạn: _____?
   Nam: Có. Ngày nào Nam cũng đi làm bằng xe máy.

Can you remember?

Answer the questions, and then look back at the story to check your answers.

1. Mẹ Nam đi Huế hồi nào vậy?

   _____

2. Chừng nào Nam đi Hà Nội vậy?

   _____

3. Nam đi Hà Nội mấy lần một năm?

   _____

4. Hà sống ở Việt Nam mấy năm rồi?

   _____

All about you

Tell Nam about your travel history, habits, or plans. Say as much as you can. Here are some words and phrases that might help you:

___lần một năm	tháng sau	tuần sau	định	chưa đi___
__lần một tháng	tháng trước	tuần trước	với___	

_____

_____

_____

_____

_____

_____

_____

18

Part 18 takes place at Saigon airport, where Nam and Ha have just landed after their trip to Hanoi. Now they are waiting. They are both waiting for their luggage, and Nam is waiting for Ha to stop being angry with him! Something bad must have happened on the plane...

Cái đó của em hả?

Không.

Cái đó của em hả?

Không.

Trời, va li nào cũng giống nhau...

Tụi con đang đi du lịch hả?

GLOSSARY

va li	*suitcase*
tụi	*plural marker*
tụi con	*we, you (plural)*
mới	*just, recently*
đi du lịch	*go travelling (for leisure)*
Úc	*Australia*
bay	*fly*
từ… tới…	*from… to…*
thành phố	*city*
Để… cho	*Let me… for you*
lấy	*take*
Chà	*Wow*
giận	*angry*
ảnh	*he, him*
vợ	*wife*

LANGUAGE INSIGHTS

The word for suitcase is **"va li"**. This comes from the French word "valise". There are quite a few Vietnamese words that come from French. So, if you know a bit of French, listen out for them!

By now we're familiar with the phrase **"ngày nào cũng"**, meaning "every day". In this story, we see the parallel phrase **"va li nào cũng"**, meaning "every suitcase". Nam says **"Va li nào cũng giống nhau"**. Is the pattern clear? **"X nào cũng"** means "every X".

Nam and Ha's fellow passenger addresses them using **"tụi con"**. The word **"tụi"** acts as a plural marker. The passenger uses it because he means "you" to include both Nam and Ha. You can place **"tụi"** in front of any personal pronoun to make it mean either "we" or plural "you".

In lesson 16, we met **"mới"** meaning "new", as in **"bạn gái mới"**. **"Mới"** can also be used to mean "just" or "recently". In this story, Nam says **"Tụi con mới đi du lịch Hà Nội"**, or "We've just been travelling to Hanoi".

Nam offers to take Ha's suitcase by saying **"Để anh lấy cho"**. The word **"cho"** at the end is used when we are offering to do something for someone. It's a bit like "for you" in "Let me take that for you".

We met **"đang"** in lesson 12, meaning something like "-ing". Here it is again, when the passenger asks **"Tụi con đang đi du lịch hả?"** Literally, "Are you travelling on holiday?" But the passenger also uses **"đang"** in **"Bạn gái con đang giận con hả?"** This shows us that **"đang"** can be used with adjectives, like **"giận"**, as well as with verbs, like **"đi du lịch"**.

Ha says **"Con không phải bạn gái ảnh!"** Now, in lesson 7, we learned that "am not" is **"không phải là"**. But here we can see that it's also OK to shorten it to **"không phải"**.

In **"Con không phải bạn gái ảnh!"** the word for "he" is **"ảnh"**. This shows us the simple rule for saying "he" or "she". You just take the word for "you" and change the tone to the question tone. Thus, you get **"ẻm"**, **"chỉ"**, **"cổ"**, etc. You should know, however, that this is a special feature of Southern Vietnamese. In the north, you don't change the tone. Instead, you add the word **"ấy"**, to get **"anh ấy"**, **"em ấy"**, etc.

19

Part 19 takes place on the roof terrace of Nam's mother's house. Nam tells his mother about his relationship problems. She tries to reassure him. But why does she keep staring at her phone?

124

125

hôm qua	*yesterday*
cãi nhau	*argue*
trên	*on*
máy bay	*airplane*
chuyện	*thing, matter, issue*
Không có gì	*No problem, never mind*
lo	*worry*
bình thường	*normal*
gọi	*call*
từ	*word*
đâu	*negative particle*
Vậy hả?	*Really?*
… sao vậy?	*What's wrong with…?*
chắc là	*maybe, probably*
hư	*broken*
cũ	*old*
thứ mấy	*which day of the week*
thứ mấy cũng được	*any day of the week is ok*
thứ tư	*Wednesday*
… được không?	*…OK?*

"Chuyện" is a very useful word. It means "thing" in an abstract sense. So, Nam's mother asks *"Cãi nhau chuyện gì?"* "Argued about what thing?" And then she says that arguing is a *"chuyện bình thường"*, or a "normal thing".

Nam says that Ha doesn't like the word 'girlfriend': *"Hà không thích từ đó đâu."* The *"đâu"* at the end is a final particle that is often used with negative statements. It just makes the statement sound a little stronger.

"Từ" means "word". Does it look familiar? That's because *"từ"* also means "from" (see lesson 18). Same spelling, same pronunciation, completely different word!

In lesson 13, we learned how to use *"được"* to mean "can" or "be able to". We see it again in this story. For example, Nam's mother asks when she can meet Ha: *"Chừng nào mẹ gặp Hà được?"*

In lesson 10, we met *"Sao vậy?"*, meaning "What's wrong?" Here, Nam says *"Điện thoại của mẹ sao vậy?"* This means "What's wrong with your phone?"

"Được" is used in a slightly different way when Nam's mother says *"Vậy thứ tư được không?"* The phrase *"được không"* is used to ask whether something is OK. Nam's mother is asking "Then is Wednesday OK?" The answer to such a question would be *"được"* or *"không được"*.

Here are the words for the days of the week:

Sunday	*chủ nhật*	Thursday	*thứ năm*
Monday	*thứ hai*	Friday	*thứ sáu*
Tuesday	*thứ ba*	Saturday	*thứ bảy*
Wednesday	*thứ tư*		

The days are numbered from 1 to 7, starting from Sunday. This makes them easy to remember. But pay attention to the two weird ones: Sunday, *"chủ nhật"*, and Wednesday, *"thứ tư"*. The *"tư"* in *"thứ tư"* is an alternative word for the number 4 which is used in certain expressions.

To ask "What day?", we say *"Thứ mấy?"* Remember that *"mấy"* can mean "how many" and that it is also used to ask the time: *"mấy giờ?"* So in general, *"mấy"* can mean "what" or "which" when the answer involves a number.

So how about when Nam says *"Thứ mấy cũng được"*? This means "Any day is OK." *"Thứ mấy cũng"* is really the same structure as *"ngày nào cũng"* meaning "every day". But Nam says *"thứ mấy"* rather than *"ngày nào"* because he's talking specifically about days of the week.

128

20

Part 20 takes place in Nam's house, where Ha is looking at some of Nam's photos. Nam is still feeling awkward about his argument with Ha. He desperately wants to mend their relationship. But will a surprise visitor ruin everything?

Hình này là ở đâu vậy anh?

Ở Pleiku. Anh đi Pleiku với tụi bạn.

Đẹp quá!

Ừa... Em có thích Hà Nội không?

Thích chứ!
Em thích
đi du lịch với anh.

Anh xin lỗi chuyện trên máy bay...

Không
sao.

A, hình này dễ thương quá!

Ừa...
hình sinh
nhật anh
năm tuổi đó.

130

132

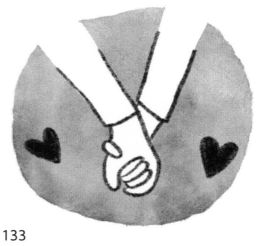

hình	*photo, picture*
tụi bạn	*friends*
dễ thương	*cute*
sinh nhật	*birthday*
ngày	*day, date*
ngày mấy	*what date*
tháng 3	*March*
tháng tư	*April*
gần	*close, near*
Hay là…	*How about…*
thôi	*indicates the ending of a topic or discussion*
Thôi, không có gì	*Actually, forget it*
hai con	*you two*

In lesson 18, we met the word **"tụi"**, used to form plurals. Here, Nam uses it in the phrase **"tụi bạn"**, which means "friends".

The word **"chuyện"**, meaning "thing", reappears in this story. Nam says **"Anh xin lỗi chuyện trên máy bay"**, meaning "I'm sorry for the thing on the plane". **"Chuyện"** can refer to situations, events, or issues. For example, if you want to talk about a thing that happened, then you can use **"chuyện"** to refer to it.

Ha asks Nam when his birthday is: **"Sinh nhật anh ngày mấy?"** The phrase **"ngày mấy"** means "what date". The use of **"mấy"** shouldn't surprise you by now! Remember that it tends to be used when the expected answer involves a number.

Nam's birthday is in April: **"tháng tư"**. The months are numbered from January, **"tháng một"**, to December, **"tháng mười hai"**. The only weird one is April. But it's not that weird, is it? Because you know that **"tư"** means "4".

Nam starts to suggest that he and Ha celebrate their birthdays together: *"Hay là mình đi..."* This *"hay là"* is used to make suggestions. So it means something like "How about…", or "Maybe…"

But Nam doesn't finish his suggestion. He cuts himself off with *"Thôi, không có gì"*. Remember *"thôi"* from lesson 15? Ha said it to Nam to tell him to stop talking. *"Thôi"* can also be used to indicate that the speaker is bringing the current topic or discussion to an end. That's how Nam is using it here.

Nam's mother greets Nam and Ha by saying *"Chào hai con"*. This is like saying "Hello you two". You can also say *"Chào hai em"*, *"Chào hai anh"*, *"Chào hai chị"*, etc.

REVIEW 7

Say what?

Complete the dialogues with the words and phrases supplied. (There are two items you won't need.)

giận	hư rồi	cãi nhau
hình	được không	chắc là

A: Chú ơi, xe máy của con
_____ !

A: Ba với mẹ đang _____.

A: Sao em _____ vậy?
B: Không có gì.

A: Đi ăn trưa, _____?
B: Không được, bận quá!

All about you

Answer Ha's questions.

1. Sinh nhật bạn ngày mấy?
   _____

2. Sinh nhật bạn, bạn có muốn đi du lịch Úc không?
   _____

3. Bạn có sợ đi máy bay không?
   _____

4. Lần trước bạn đi máy bay, bạn bay từ đâu tới đâu?
   _____

5. Bạn có mấy cái va li?
   _____

Key to exercises

Review 1

Say what?

1. cũng vậy 2. chồng / còn / vợ 3. không sao 4. thiệt

Review 2

Classroom quiz

1. Cái đó là cái bàn 2. Cái này là điện thoại

3. Cái đó là xe máy 4. Cái này là cái ghế

Review 3

Food and drink

1. cơm 2. phở 3. trà 4. chả giò
5. nước 6. chuối 7. bia 8. cà phê sữa đá
9. cơm tấm 10. bánh mì

Review 4

Say what?

1. mấy giờ rồi 2. ăn trưa 3. bận 4. đói

Review 5

Giving directions

1. đi thẳng 2. quẹo phải 3. quẹo trái 4. ngã tư
5. tới rồi

Say what?

1. đi chơi vui nha 2. không tìm được 3. sợ quá 4. đi taxi

Review 6

Ask Nam

1. Ở Việt Nam, trời có lạnh không? 2. Tiếng Anh có khó không?

3. Bạn có thích uống bia không? 4. Bạn có đi làm bằng xe máy không?

Review 7

Say what?

1. hư rồi 2. cãi nhau 3. giận 4. được không

139

COMPLETE GLOSSARY

ai	who	buổi tối	evening
À	Oh	buổi trưa	noon
anh	I, you (older male)	cà phê	coffee
Anh / nước Anh	England, Britain, the UK	cà phê sữa đá	iced coffee with milk
ảnh	he, him	cái	1. measure word for objects 2. thing
ăn	eat	cái đó	that thing
ăn sáng	have breakfast	cái gì	what
ăn tối	have dinner	cái này	this thing
ăn trưa	have lunch	cãi nhau	argue
ba	1. father 2. three	cảm ơn	thank you
ba mẹ	parents	cảnh sát	police officer
bao nhiêu	how much, how many	câu hỏi	question
… bao nhiêu tiền?	How much (money)…?	câu hỏi hay	good question
… bao nhiêu tuổi?	How old…?	chà	wow
bay	fly	chả giò	spring rolls
bảy	seven	chắc là	maybe, probably
bàn	table	chai	bottle
bánh mì	bread	chào	1. hello 2. goodbye
bạn	friend	chín	nine
bạn gái	girlfriend	chị	I, you (older female)
bạn trai	boyfriend	chở	give a ride to
bằng	by	cho	give
bằng xe máy	by motorbike	Cho [con/em/anh] tính tiền!	Give me the check, please!
bận	busy	chơi	play
bia	beer	chồng	husband
biết	know	chú	1. uncle 2. I, you (man of older generation)
bình thường	normal		
bốn	four	chứ	certainty particle
buổi chiều	afternoon	chủ nhật	Sunday
buổi sáng	morning		

140

chưa	not yet	để [anh/chị/ em]… cho	let me … for you
chưa có	not yet have	đẹp	beautiful
chừng nào	when (in the future)	đi	go
chuối	banana	… đi	imperative particle
chuyện	thing, matter, issue	đi chơi	go out (for fun)
có	have	Đi chơi vui nha!	Have fun!
cô	1. aunt 2. I, you (woman of older generation) 3. I, you (female teacher)	đi du lịch	go traveling (for leisure)
		đi taxi	take a taxi
		đi thẳng	go straight
cơm	rice	đi xe máy	go by motorbike, drive a motorbike
cơm tấm	broken rice	điện thoại	mobile phone
con	1. child 2. I, you (person of younger generation)	định	plan to, be going to
		đó	that
còn	1. and 2. still	… đó	identifying particle
cũ	old	đói	hungry
của	of, belonging to	đồ ăn	food
của ai	whose	đừng	don't
cũng	also	đừng … nữa	don't… anymore
[Anh/chị/em] cũng vậy	Me too	Đúng rồi	That's right
dạ	1. yes 2. politeness marker	được	can, be able to
		… được không?	…OK?
dậy	get up	đường	street
dễ	easy	em	I, you (younger person)
dễ thương	cute	ê	hey
dở	badly	gần	close, near
đang	-ing	gặp	meet
đang làm việc	working	ghế	chair
đá	ice	gì	what
… đâu	negative particle	Gì vậy?	What?
đây	this	giận	angry
để	1. let 2. in order to		

141

giáo viên	teacher	lần	time
giờ	o'clock	lần này	thís time
giỏi	good, well	lần nào	any time, ever
Giỏi quá!	Very good!	... lần nào chưa?	Have you ever…?
giống nhau	the same	lần sau	next time
gọi	call	lần trước	last time
hả?	huh?	lạnh	cold
hai	two	lâu	long time
hai [con/em/ anh]	you two	lấy	take
hai lần một năm	twice a year	lo	worry
hay	interesting, good	lớp	class
hay là…	how about…	ly	glass
hiểu	understand	... mà	emphatic particle
hình	photo, picture	mắc	expensive
học	study	mấy	how many
hỏi	ask	máy bay	airplane
hồi nào	when (in the past)	mấy giờ	what time
hôm nay	today	Mấy giờ rồi?	What time is it now?
hôm qua	yesterday	mấy lần một năm	how many times a year
hư	broken	mẹ	mother
khó	difficult	mệt	tired
không	no, not	mình	we
không có	not have	mới	1. new 2. just, recently
Không có gì	No problem, never mind	mọi	every
không phải là	am not / are not / is not	mọi người	everyone
Không sao	No problem	một	one
không... được	cannot	muốn	want
là	1. am / are / is 2. then immediately	mười	ten
làm	1. do 2. work	Mỹ	America
làm việc	to work	năm	1. five 2. year
lắm	very	năm nay	this year
		nào	which
		này	this

ngã tư	intersection	phở	pho
ngàn	thousand	quá	so, very
ngày	day, date	quận	district
ngày mai	tomorrow	quán	restaurant
ngày mấy	what date	quen	familiar with, used to
ngày nào… cũng…	every day	quẹo	turn
nghe	listen	quẹo phải	turn right
nghe điện thoại	answer the phone	quẹo trái	turn left
ngon	delicious	rẻ	cheap
ngủ	sleep	rồi	1. got it / OK 2. indicates past time 3. indicates a change
người	person		
nhà	home		
… nha	well-wishing particle	rưỡi	half
nhân viên	worker, employee	sao	how
nhau	each other	Sao vậy?	What's wrong?
nhớ	miss	… sao vậy?	What's wrong with…?
nhưng	but	Sao… vậy?	Why…?
nói	speak	sắp	about to
nóng	hot	sau	next
nữa	1. again 2. too, as well 3. anymore	sáu	six
		sinh nhật	birthday
		sợ	scared
nước	1. water 2. country	sớm	early
		sống	live
ổ	measure word for bread	sữa	milk
		tám	eight
Ơ…	Uh…	tại sao	why
ở	in, at	tên	name
ở đâu	where	thẳng	straight
ở đây	here	tháng	month
Ở ha!	Oh right!	tháng 3	March
ở nhà	at home	tháng trước	last month
ơi	hey	tháng tư	April
phải	right	thành phố	city
phải không?	right?		

143

thích	*like*	trời	*1. God* *2. weather*
Thích chứ!	*Of course I like it!*	Trời ơi!	*God!/ Wow!*
thiệt	*really*	Trung Quốc	*China*
Thiệt hả?	*Really?*	trước	*last*
thôi	*1. stop [talking]* *2. indicates the* *ending of a topic* *or discussion*	từ	*1. from* *2. word*
Thôi, không có gì	*Actually, forget it*	từ… tới…	*from… to…*
		tuần	*week*
thử	*try*	tuần sau	*next week*
thứ ba	*Tuesday*	tụi	*plural marker*
thứ bảy	*Saturday*	tụi [con/em/anh]	*we, you (plural)*
thứ hai	*Monday*	tụi bạn	*friends*
thứ mấy	*which day of the* *week*	tuổi	*age*
thứ mấy cũng được	*any day of the* *week is ok*	ừ	*yes (casual)*
		ừa	*yes (casual)*
thứ năm	*Thursday*	ủa	*exclamation of* *surprise*
thứ sáu	*Friday*	Úc	*Australia*
thứ tư	*Wednesday*	uống	*to drink*
tiền	*money*	va li	*suitcase*
tiếng	*language*	văn phòng	*office*
tiếng Anh	*English* *(language)*	vậy	*so*
tiếng Việt	*Vietnamese* *(language)*	… vậy?	*question particle*
		Vậy hả	*Really?*
tìm	*look for*	về	*go back, return*
tìm được	*find, can find*	về nhà	*go home*
tính	*calculate*	vì	*because*
tới	*1. come* *2. arrive* *3. to*	vợ	*wife*
		với	*1. and* *2. with*
trà	*tea*	với ai	*with whom*
trái	*1. left* *2. measure word* *for fruits*	vui	*happy*
		xe máy	*motorbike*
trẻ	*late*	xin lỗi	*sorry*
trên	*on*	xong rồi	*then*